Mtumwi Paulo ndi Udindo wa Amayi Mumpingo

Janet Y. Kholowa ndi Klaus Fiedler

Luviri Press

Mzuzu

2020

Copyright 2020 Authors

All rights reserved. No part of this publication may be reproduced, stored in a retrieval system, or transmitted in any form or by any means, electronic, mechanical, photocopying, recording or otherwise without prior permission from the publishers.

Published by
Luviri Press
P/Bag 201 Luwinga
Mzuzu 2
Malawi

ISBN   978-99960-66-40-5
eISBN   978-99960-66-41-2

Luviri Press is represented outside Africa by:
African Books Collective Oxford (order@africanbookscollective.com)

www.mzunipress.blogspot.com

www.africanbookscollective.com

Editorial assistance and cover: Daniel Scharnowski and Josephine Kawejere
Cover picture: Isaiah Mphande

Printed in Malawi by Baptist Publications, P.O. Box 444, Lilongwe

Zamkati

1. **Zimene amayi amachita** — 4
   Cholinga cha bukuli — 4
   Maliro — 4
   Bungwe la amayi — 5
   Mipingo ina — 5
   Kudzozedwa — 6
   Kodi amayi amachita chiyani? — 6

2. **Paulo avomereza maudindo a amayi mu mpingo** — 7
   Kodi tiwerenge bwanji makalata a Paulo? — 7
   Aroma 16: Mmene Paulo anayamikirira utumiki wa amayi — 9
   Paulo avomereza amayi ngati amishonale anzake — 9
   Paulo avomereza mtumiki wa chizimayi mu mpingo — 10
   Mtumwi Paulo avomereza mphunzitsi wachikazi wa mawu a Mulungu — 11
   Paulo avomereza mtumwi wachikazi — 12
   Paulo avomereza aneneria achikazi — 13
   Kodi Paulo avomereza mkulu wa mpingo wachikazi? — 14

3. **Mbiri ya Mpingo** — 15
   Chitsitsimutso cha Chiyero — 15

4. **Malangizo a Paulo kwa amayi** — 23
   Agalatiya 3:28 — 24
   Akazi akhale chete mumpingo? — 24
   Akazi azivala kanthu kumutu? — 25
   Akazi asaphunzitse ndi kulamulira amuna? — 27

5. **Tifotokozere bwanji Baibulo?** — 28
   Titi bwanji? — 28

1. Zimene amayi amachita

Muno m'Malawi masiku ano anthu amakambirana nkhani zokhudza amayi. Izi timaziona pamene tiwerenga nyuzipepala ngakhalenso kumva pa wayilesi. Anthu ambiri amafuna kuti zinthu zisinthe, koma ena ambirinso safuna kuti zisinthe. Iwo amati: "Sitikufuna miyambo ya chizunguyi, yoti amayi afanane ndi amuna, chifukwa akazi ayenera azimvera amuna awo."

Anthuwa akamakambirana, kawirikawiri amagwiritsa ntchito mawu a m'Baibulo. Ena amawerenga m'buku la Genesis, makamaka pa mutu 2, ndipo amatsimikiza kuti mkazi ndi wochepa mphamvu chifukwa analengedwa kachiwiri ndipo mwamuna anali woyamba. Enanso amawerenga Chipangano Chatsopano ndipo amati "zoonadi amayi azikhala chete m'mipingo ndipo azimvera amuna awo." Komabe ena sakudziwa kwenikweni zimene amayi ayenera kuchita.

Cholinga cha bukuli

Nkhani zambiri zokhudza amayi timazipeza mBaibulo m'Chipangano Chakale ndi Chatsopano chomwe. Pali mabuku ambiri amene alembedwa okhudza nkhaniyi, koma ambiri mwa mabuku alembedwawa ali mchingerezi, ndi ochepa okha ali mu zinenero zina za ku Malawi. Alembi a buku lino analembapo kabuku kotchedwa "Pachiyambi Anawalenga Chimodzimodzi".[1] Mkabuku aka tingofuna kuyang'ana gawo lina laling'ono la m'Baibulo makamaka m'buku la Ntchito la Machitidwe Atumwi ndi makalata olembedwa ndi mtumwi Paulo.

Maliro

Maliro akachitika, kawirikawiri amayi amayambirira kufika kumaliroko komanso amayiwa amasonkhana ambiri. Powonjezera ntchito yawo yophika pa maliro, amayiwa amakayimbanso nyimbo, kuimbira maliro;[2] makamaka ngati amene wafayo anali mkhristu. Abambo amakakumba manda ndipo amayi amakonza nkhata za maliro ndikunyamula nkhatazo pamene apita ndi

---

[1] Janet Y. Kholowa ndi Klaus Fiedler, *Pachiyambi Anawalenga Chimodzimodzi*, Blantyre: CIAIM, 1999 (Buku la Mvunguti no. 2).
[2] Pali kusiyana pakati pa mipingo. Papezeka kuti mpingo wa Seventh-day Adventist, amuna amasonkhana ambiri ngakhale koyambirira kwa maliro ndipo amayimbanso nyimbo kwambiri.

maliro ku manda. Akaikidwa malirowa amayi amayenera kukanena mawu pa manda. Ichi abambo sachita. Inde akhoza kutsogolera nyimbo koma kukonza nkhata, ayi. China chimene abambo amachita ndi kulalikira. Kodi amayi akhalebe chete pa maliro?

Bungwe la amayi

Pafupifupi mipingo yonse muno m'Malawi ili ndi mabungwe a amayi. Kawirikawiri timawaona mu yunifomu yawo ngakhale m'misewu akamapita kotumikira. Amayiwa amadziwika ndi maina osiyanasiyana, mu CCAP amatchedwa Amayi a Mvano (Blantyre Synod)[3] kapena a Chigwirizano (Nkhoma Synod)[4] ndi a Umanyano (Livingstonia Synod). Mu Katolika amayiwa amadziwika ndi dzina loti Amayi Achifundo. Mu mpingo wa Seventh-day Adventist dzina lawo ndi Amayi a Dorika, mu mpingo wa Anglican ndi Mothers' Union. Mu Assemblies of God amatchedwa Amayi a OMC (Otumikira mwa Chikondi), ndipo mu Baptist Convention timapeza Umodzi wa Amayi. Timaona amayi akutsogolera mabungwe amenewa. Zina zimene amachita akakumana ndi izi, kulalikira, kuphunzitsa, kupemphera komanso kutenga maudindo onse ofunika. Amatoleranso ndalama zomwe zina amazipereka ku mpingo kuti ugwiritse ntchito. Abusa ena amanenapo kuti "popanda amayiwa, mpingo ukadakhala wosauka". Koma m'mipingo momwemu ikafika nthawi yopemphera pamodzi ndi amuna, kawirikawiri amayi ayenera kukhala chete.

Mipingo ina

Si m'mipingo yonse m'mene amayi amakhala chete. Mwa chitsanzo mu mpingo wanga (JK), Assemblies of God ku Zomba, amayi amatha kutsogolera mapemphero a tsiku la Mulungu, amatha kuphunzitsa Sande Sukulu kwa amayi ndi abambo ndipo amapemphera, nthawi zina kulalikiranso. Mu mpingo wanga (KF), Zomba Baptist Church, amachita chimodzimodzi, koma sindinaone amayi akubatiza, kumangitsa ukwati ndi kuchita mwambo wa maliro. Komanso ndikudziwa kuti mu mpingo mwathu pali matchalitchi ochepa amene anayambidwa ndi kutsogoleredwa ndi amayi. Zoterezi

---

[3] Pali buku lotchedwa "*They Rolled Away the Stone*", limene linalembedwa ndi Clara Henderson ndipo limasimba za Mvano mu **Blantyre** Synod limene lidzasindikizidwa ngati buku la Kachere.

[4] Onani m'buku la Isabel Apawo Phiri, *Women, Presbyterianism and Patriarchy*, Blanyre: CLAIM, 1997, makamaka masamba 71-90.

zikuchitikanso mu mpingo wa Free Methodist mmene matchalitchi awiri akutsogoleredwa ndi amayi.

Kudzozedwa

M'maiko ambiri ku America, Ulaya, Asia, Australia ndiponso m'maiko ena a mu Africa muno, alipo abusa achizimayi. M'mipingo ina alipo amayi odzodzedwa ambiri, m'mipingo ina ochepa. M'Malawi muno aliponso, koma ndi amodziamodzi, monga Mbusa Mayi Odala ku Blantyre ku Chiwembe Assemblies of God, Mbusa Mayi Makata mumpingo momwemu ku Chikwawa. Mu mpingo wa Free Methodist alipo amayi atatu amene akukonzekera kukhala abusa.[5] Chaka chatha mpingo wa CCAP ku Livingstonia Synod unadzoza mayi Martha Mwale kukhala mbusa. Ku Blantyre Synod avomerezana kudzoza amayi. Pali amayi awiri amene anadzodzedwa ubusa mu mpingo wa Calvary Family Church, ndi amayi enanso mu mipingo ina monga a Living Waters ku Blantyre. Koma onse pamodzi, ndi amayi ochepa okha m'Malawi muno amene anadzodzedwa ubusa.

Kodi amayi amati chiyani?

Monga m'mipingo yambiri amayi ndi wochuluka kupambana abambo, kodi amayiwa amati chiyani pa zonsezi? Sitingathe kunena maganizo a amayi a Chikhristu onse, koma tikudziwa zina ndi zina zokhudza amayiwa. Ambiri ndi okondwa ndi mmene zinthu zilili ndipo akadakonda kuti zipitilire, ndipo ena saziganiziranso. Koma alipo ena amene akadakonda kuti iwonso athe kutenga nawo mbali m'mipingo kuposa mmene amachitira tsopano. Zoonadi, pali maganizo osiyanasiyana pakati pa amayi. Pachifukwa ichi ndi chinthu chabwino kufufuza mozama za zimene baibulo limanena zokhudza amayi ndi udindo wawo mumpingo.

Kodi Paulo anati chiyani za amayi? Komanso analemba chiyani zokhudza amayi? Anthu ena adzayankha msanga ndikuti; "aaah, anati amayi akhale chete. Simunawerenge pa 1 Akorinto 14:34?" Inde, tawerenga, koma si chinthu cha pafupi, chifukwa tawerenganso m'kalata yomweyi pa mutu 11:5 kuti Paulo alola amayi anenere mu mpingo. Mwa ichi si chinthu chabwino kungoyang'ana pa zimene Paulo *ananena*, koma tiyang'anitsitsenso pa zomwe Paulo *amachita* zokhudza udindo wa amayi mumpingo.

---

[5] Henry Church, *Theological Education that Makes a Difference. The Chilinde Approach to Theological Training in the Free Methodist Church in Malawi*, Blantyre: CLAIM-Kachere, 2001, pp. 58,61.

2. Paulo avomereza maudindo a amayi mu mpingo

Kodi tiwerenge bwanji makalata a Paulo?

Monga tikudziwa kuti Chipangano Chatsopano si buku la chilamulo, sitingangotenga vesi limodzi nkupanga lamulo. Tiyenera kuwerenga mavesi onse ndi kupeza umboni weniweni ndiponso okwanira. Ngakhale tichite chonchi nthawi zina ndipovutabe kupanga lamulo, koma tikhoza kunena kuti ngati zinthu zina zili zovomerezedwa m'Chipangano Chatsopano, zikhozanso kuvomerezedwa m'mipingo mwathu masiku ano.

Nkhani yaikulu imene imakambidwa ndi ya kudzozedwa ubusa kwa amayi. Mavuto alipo oti sitingathe kupeza yankho lenileni kuchokera mu Baibulo chifukwa kalelo kunalibe abusa odzozedwa monga mmene tili nawo lero. M'Chipangano Chatsopano mawu oti mbusa kapena abusa agwiritsidwa ntchito mnjira zitatu. Alipo abusa oweta nkhosa, ngati amene angelo anawaonekera ku Betelehemu. Kachiwiri Yesu mwini wake ndiye mbusa (Yohane 10; Ahebri 13:20 ndi 1 Petro 2:25). Kachitatu sitipeza liwu la *mbusa* ngati mbusa wa mpingo, koma kamodzi tikupeza *abusa*:

> Iyeyu ndiye amene "adapereka mphatso kwa anthu". Mphatso zake zinali zakuti ena akhale atumwi, ena aneneri, ena alaliki, ena abusa ndi aphunzitsi. (Aefeso 4:11, Buku Loyera)

Ngakhale kuti liwu loti abusa likupezeka m'Chipangano Chatsopano, abusawa si monga abusa amene tili nawo masiku ano. Pa vesi la Aefesoli alipo abusa angapo koma ali ngati wina aliyense amene ali pa udindo, ndipo sitiwerenga paliponse za kudzozedwa kwawo kusiyana ndi aphunzitsi kapena alaliki omwe akutchulidwawa.

Apa sitikuletsa kuti kudzozedwa ubusa ndi koipa, koma chimene tikufuna kuonetsa ndi chakuti, m'Chipangano Chatsopano palibe yankho limene mungalipeze msanga. Pa chifukwa ichi tiyenera kuwerenga bwinobwino ndi kumvetsa, kenako ndi kupeza yankho lenileni.

Tikukhulupirira kuti tonse timawerenga Baibulo, ndi chifukwa chake ambiri amagwiritsa ntchito mawu a kalata yoyamba kwa Akorinto, koma munayamba mwawerengapo zimene Paulo akunena pa mutu womaliza wa kalata ya Paulo kwa Aroma? Mutu wonse ndi moni yekhayekha, koma tikawerenga ndi kuyang'ana bwinobwino, tikhoza kuphunzira zambiri za Paulo ndi amayi.

Aroma 16: Mmene Paulo anayamikirira utumiki wa amayi

Ambiri owerenga Baibulo amauona mutu umenewu ngati opanda tanthauzo, kungokhala ndi maina okhaokha ndi moni. Kwa iwo amene afuna kuona mmene mpingo wa pa chiyambi udalili, mutu umenewu umavumbulutsa zambiri. Mipingo yambiri imafuna kukhala ngati mmene mpingo wa Chipangano Chatsopano udalili. Motero akhoza kupeza zowathandiza zambiri kuchokera pa mutu umenewu.

Mwa zonse zimene zikuonekera, choyamba ndi mmene Paulo amavomerezera kufunikira kwa amayi: Anawapatsa moni anthu 26, ndipo mwa anthu onsewa 10 ndi amayi. Amayi ena ngati Julia (v.15), angotchulidwamo, kapena kutchulidwa pamodzi ndi mwamuna, ngati "Nereo ndi mlongo wake". Amayi awiri atchulidwa pa maudindo a chikazi, ngati amayi ake a Rufu, amene Paulo anawatcha kuti analinso amayi ake (v.13). Za Febe akuti: "Mumthandize monga momwe angasowere chithandizo chanu pakuti iyeyu adathandiza anthu ambiri, ine ndemwenso anandithandizapo (v.2).[6] Nzoona, kuti Febe anamthandiza Paulo ndipo sitikudziwa anamthandiza bwanji. Mwina anamphikira chakudya ndi kutumikira mauthenga, koma mwinanso anamthandiza polalikira ndi kuphunzitsa amene anatembenuka mtima.

Amayi ena anawatchula m'maudindo osati achizimayi. Prisika anapereka moyo wake kuti apulumutse moyo wa Paulo (v.3), ndipo Yuniya anali naye m'ndende (v.7). Kwa amayi ena onse anati kuti anagwira naye ntchito. Ndipo mwa ichi anali ndi udindo mu mpingo.

Paulo avomereza amayi ngati amishonale anzake

Mmishonale wa chikazi ogwira ntchito pamodzi ndi Paulo kupambana ena onse anali Prisila. Paulo pa vesi 3 akumutcha ndi dzina loti Prisika limene lili dzina lake la chidule (Aroma 16:3). Mu Chigriki dzina lake lenileni ndi Priskila (Machitidwe a Atummwi 18:26), akugwiritsa ntchito dzina la chiduleli chifukwa choti anamdziwa bwino. Chinanso choti tidziwe ndi chakuti mayiyu akutchulidwa mwamuna wake asanatchulidwe. Paulo akuwatcha onsewa, mkazi ndi mwamuna, *ogwira naye ntchito ya Yesu Khristu*. Mau omwewanso akugwiritsidwa ntchito pa mutu omwewo kwa Timoteo.[7]

---

[6] Mchingriki Paulo akumutcha *prostratis*. Liwuli likhoza kutanthauza mthandizi, komanso kawirikawiri likhoza kutanthauza wamkulu woyang'anira pa munda (*estate manager*). Tsinde loti *protasso* litanthauza mphamvu za kulamulira (Ardey M. Newman, *A Concise English-Greek Dictionary of the New Testament*, London: United Bible Societies, 1971).

[7] "Timoteo, mnzanga wogwira naye ntchito akupatsirani moni" (Aroma 16:21).

Mauwa anayenera kutanthauza udindo, chifukwa tikudziwa kuti Timoteo anali m'mishonale mnzake wopambana ena onse.

Nchachidziwikire tsono kuti pamene Paulo akugwiritsa ntchito mawuwa *ogwira naye ntchito ya Yesu Khristu* kunena za amayi monga Maria (Aroma 16:6) ndi Perisi (Aroma 16:12) akutanthauza ntchito ya uzimu. Sangonena kuti anagwira ntchito, koma kuti anagwira ntchito molimbika. Liwu la Chigriki limene Paulo akugwiritsa ntchito kwambiri ndi loti *kopian*. Liwuli likhoza kutanthauza *kugwira ntchito; kugwira ntchito molimbika, kulema.* Paulo akugwiritsanso ntchito liwu limeneli pa 1 Akorinto 4:12: "Tikugwira ntchito kolimba ndi manja athu kuti tidzisunge". Apa Paulo akulankhula za ntchito ya manja imene anagwira kuti apeze zinthu zodzithandizira okha. Koma pa 1 Akorinto 15:10 Paulo akulankhula za ntchito ya uzimu: "Ndidagwira ntchito koposa atumwi ena onse. Komabe si ndine ndidaigwira, koma mphamvu za Mulungu zimene zikundilimbikitsa." Paulo sakugwiritsa ntchito liwuli kwa iye yekha, komanso kwa ena amene akuthandizana naye muntchito ya mpingo: "Tsono ndikukupemphani kuti inunso muziwamvera anthu otere, ndiponso aliyense wogwira ntchito ndi kutumikira modzipereka pamodzi nawo (1 Atesalonika 5:12 Buku Loyera). Ngakhale kuti liwu loti *kopian* lingatanthauze kugwira ntchito zosiyanasiyana, mtumwi Paulo pafupifupi nthawi zonse akuligwiritsa ntchito kutanthauza ntchito ya uzimu, monga pa Agalatiya 4:10-11 pamene akulankhula za mantha ake kuti wagwira ntchito yachabe yopanda phindu: "Mumasunga masiku, miyezi, nyengo ndi zaka. Ndikuwopa kuti mwinatu ntchito zanga zonse pakati panu ndidazigwira pachabe."

Powerenga moni wa Paulo kwa amayiwa, mwina anthu ena akhoza kuganiza kuti Paulo akutero chifukwa cha ntchito zachizimayi monga kumtumikira, kumphikira ndi kumthandiza zina za manja. Kodi, akadapereka moni omwewo kwa amuna, sitikadaganizira ntchito ya utumiki monga kulalikira, kuphunzitsa ndi kutsogolera? Inde, tikadatero. Koma nanga tikaonetsetsa pa moni ameneyu, kodi tikhoza kupeza mawu amene akubweretsa kusiyana pakati pa mwamuna ndi mkazi? Iyayi. Nthawi zina akuwapatsa moni pamodzi, ngati Prisika ndi Akwila, "anzanga otumikira Khristu Yesu" (Aroma 16:3).

Paulo alankhulanso za amayi awiri ena, Yowodiya ndi Sintike (Afilipi 4:2-3), amene akufanana ndi Trifena ndi Trifosa, koma sakugwiritsa ntchito mawu oti *kugwira ntchito molimbika,* koma mawu ena amene ali ndi tanthauzo lomweli. Mu Buku Lopatulika kumasulira kwake akuti: "*Anakangalika* nane pamodzi mu Uthenga Wabwino, pamodzi ndi Klementonso ndi otsala aja antchito anzanga" (Afilipi 4:4). Mu Buku Loyera akumasulira mauwa kuti: "Paja amenewa pofalitsa Uthenga Wabwino akhala *akugwira ntchito kolimba* pamodzi ndi ine ndi Klemensi ndi antchito anzanga ena onse." Ngakhale kuti zomasulirazi zikusiyana pang'ono, komabe zili bwino, chifukwa mawu awiriwa ali ndi tanthauzo limodzi. Apatu Paulo sakusonyeza kusiyana pakati pa amuna ndi akazi ogwira naye ntchito. Ndipo ife, tisangochitenga kuti akazi ankangophika, basi, ndipo amuna kumangolalikira. Onse angotchedwa *ogwira naye ntchito*.

Paulo avomereza mtumiki wa chizimayi mu mpingo

Mu chiphunzitso cha chi CCAP chimati: Mu mpingo muli maudindo awiri, udindo wa ukulu wa mpingo (*elder*) ndi udindo wa utumiki wa mpingo (*deacon*). Ena amati maudindo awa ndi a anthu aamuna. Koma tikawerenga bwinobwino Aroma 16:1, sitikupeza kuti ziyenera kukhala tero.

Pomupereka Febe ku mpingo wa ku Roma akumutcha mtumiki (dikoni) wa mpingo wa ku Kenkreya. Paulo kawirikawiri akugwiritsa ntchito liwu loti *mtumiki* kutanthauza mtumiki wa Ambuye (monga pa 1 Akorinto 3:5, 2 Akorinto 6:4 ndi 11:15) kapena mtumiki wa Khristu (monga Agalatiya 1:10), kapena mtumiki wa Uthenga Wabwino (monga Akolose 1:23). Kanayi, Paulo akugwiritsa ntchito liwu lomweli *mtumiki* kutanthauza *atumiki a mpingo*:

> Aroma 16:1: Ndikupereka mmanja mwanu Febe, mlongo wathu, amene ali *mtumiki wa mpingo* wa ku Kenkrea.
>
> Afilipi 1:1: Ndife, Paulo ndi Timoteo, atumiki a Khristu Yesu. Tikulembera onse a mu mzinda wa Filipi amene ali anthu ake a Mulungu mwa Khristu Yesu. Tikulemberanso oyang'anira mpingo ndi *atumiki* ao.
>
> 1 Timoteo 3:8: Chimodzimodzinso ndi *atumiki a mpingo* akhale ochita za chikulu.
>
> 1 Timoteo 3:12: *Atumiki a mpingo* akhale mwamuna wa mkazi mmodzi.

Monga mmene agwiritsidwira ntchito mawu awa oti *mtumiki* kutanthauza choyamba mtumiki wa Mulungu kapena Khristu, kachiwiri mtumiki wa mpingo, Febe akutchulidwanso *mtumiki wa mpingo* monga atumiki mu mpingo wa Filipi ndi mu kalata ya Paulo kwa Timoteo. Wina akhoza kuganiza kuti liwuli loti *mtumiki* liimira atumiki aamuna okha, chifukwa omasulira Baibulo amatenga liwu la Chigriki *diakonos* kusonyeza chimuna, chifukwa mu Chigrikimo mawu ambiri othera ndi –os amasonyeza chimuna.

Koma si ndiye kuti liimira munthu wamwamuna yekha. Ndi chifukwa chake pano tikuona kuti liwu lomwelo *mtumiki* likugwiritsidwanso ntchito kwa Febe, amene ali mkazi, kodi, zikatere ndiye kuti pali kusiyana pakati pa atumiki a mpingowa? Iyayi, Paulo sakuonetsa kusiyana.

Ngakhale Paulo sakuonetsa kusiyana, ena amene amamasulira Baibulo mu zinenero zosiyanasiyana, akusonyeza kusiyana. Mu maBaibulo pafupifupi onse a Chingerezi Febe akutchulidwa *servant* (mtumiki) koma mmalo ena amamasulira liwuli ngati *deacon*. Kodi n'chifukwa chiyani? Liwu ndi limodzi, Paulo sasonyeza kusiyana, koma omasulirawa amasiyanitsa, mwina chifukwa safuna akazi akhale madikoni. Baibulo la New International Version (NIV) likumasulira liwuli ngati *servant*, koma aikanso mawu apansi kuti liwuli likhozanso kutanthauza *deaconess* (mtumiki wa chikazi). Mu Baibulo la Chingerezi lotchedwa New Revised Standard Version (NRSV) likumasulira kuti Febe ndi *deacon*.

Tikapita ku Baibulo la Chichewa, sanamasulire liwu mosiyana, onse ndi atumiki a mpingo, koma tikuganiza kuti nthawi zina owerenga Baibulo amasiyanitsa. Koma palibe chifukwa chosiyanitsira. Febe anali mtumiki wa mpingo, ndipo mtumwi Paulo anamvomereza.

Tikudziwa kuti Paulo akutchula za mtumiki wamkazi pa Aroma 16, koma mwina akutchulanso za atumiki achikazi pa 1 Timoteo 3. Pa vesi 8 akutchula za madikoni ngakhale kuti sakusonyeza kuti madikoniwa ndi aamuna kapena aakazi. Paulo wangoti "atumiki a mpingo." Pa vesi 11 akutchula za akazi.[8]

Ngakhale kuti sakuonetsa kuti akaziwa ndani, ena akuganiza kuti akaziwa ndi akazi a atumiki a mpingo omwe atchulidwa pa vesi 11. Koma mu Baibulo la Chigriki sanatchulemo akazi *awo*, mwa ichi anthu ena amaganiza kuti tanthauzo lake ndi atumiki a mpingo aakazi. Mukhoza kuonanso mu Baibulo la Chingerezi la NIV (1 Timoteo 3:11), pa mawu otanthauzira akuwatchula akaziwa *deaconesses* – atumiki aakazi.

Mtumwi Paulo avomereza mphunzitsi wachikazi wa mawu a Mulungu

Ngati Paulo adali ndi maganizo oti amayi sayenera kuphunzitsa mawu a Mulungu ndiye kuti maganizowa adali asadamufikire pamene ankalembera kalata ku mpingo wa ku Roma. Ichi ndi chifukwa choti panthawiyo Prisika amenenso ali Prisila anali kuphunzitsa. Timawerenga pa Ntchito 18:26 kuti;

---

[8] Momwenso aakazi akhale olemekezeka osadierekeza, odzisunga okhulupirika m'zonse (1 Timoteo. 3:11, Buku Lopatulika).

Tsono Apollo adayamba kulankhula molimba mtima mnyumba yamapemphero ya Ayuda. Komabe pamene Prisila ndi Akwila anamumva, adamtenga namufotokozera njira ya Mulungu molongosoka koposa. (Buku Loyera)

Kodi tikuganiza kuti Luka angofuna kutiuza kuti Akwila ndiye amene anaphunzitsa zonse pamene Prisila amangotanganidwa ndi kuphika ndipo akakhala ndi kanthawi kena amangomvetsera mwamuna wake akuphunzitsa? Iyayi, Luka safuna kutero, ndipo osaiwala kuti akuyamba kutchula Prisila. Akadakhala kuti amangokhala chete ndiye kuti Luka sakadavutika ndi kuyamba kumtchula. Prisila ayenera kuti adaphunzitsa bwino Apolo n'chifukwa chake Apolo anadzakhala mlaliki wopambana (1 Akorinto 3:5-6 ndi Tito 3:13).

Paulo avomereza mtumwi wachikazi

Pa Aroma 16, Paulo sakunena zambiri za anthu ena kusiyana ndi Androniko ndi Yunia amene anagwira naye ntchito nazunzikira nawo pamodzi. Akuuza mpingo wa ku Roma kuti anthu awiriwa anali "otchuka pakati pa atumwi", chinthu chimene chili chovuta kuchivomereza ngati simukonda akazi kukhala atumwi.

Ndithudi, omasulira ndi ofotokozera Baibulo anapeza njira zosiyanasiyana zozembera mtumwi wachikazi, ena ochepa anangosintha dzina lake mu Chigriki kuchokera *Junias* kukhala *Junios*, kusonyeza kuti tsopano ndi mwamuna. Koma mu zolemba zoyambirira za kalata ya Aroma, sitikupeza *Junios* koma timapeza *Junias*. Ndiponso mabuku onse a Chigriki amene amalembedwa nthawi imeneyo, dzina loti *Junias* ndi la munthu wamkazi.

Ena avomereza kuti Junias ndi mkazi, koma tanthauzo loti "otchuka pakati pa atumwi" amamva ngati kuti Junias ndi Andromiko sanali atumwi koma atumwiwo anawadziwadi anthu awiriwa.

Ngati tikufuna kuti timvetse motere, ndiye kuti atumwiwo tiwatenge ngati atumwi aja 12, amene anasankhidwa ndi mwini Yesu, koma ndi zokaikitsa, kuti angakhale otchuka kwa atumwi okhawo 12 chifukwa pa nthawiyi nkuti Paulo nayenso ali mtumwi ndipo panalinso atumwi ena ngati Barnabasi ndi Silasi. Mtumwi Paulo akunenanso za mpingo pa Aefeso 2:20 kuti ndi "omangika pa maziko a atumwi ndi aneneri."

Kodi ndi aneneri ati amene Paulo akuwatchula pa vesi limeneli? Ena amaganiza kuti ndi aneneri a Chipangano Chakale monga Eliya kapena Yeremiya. Akadakhala aneneri ake amenewa, chifukwa chiyani sadawatchule poyambirira? Paulo akuti: Atumwi ndi aneneri. Tikuganiza kuti Paulo akukamba za aneneri amene analipo pa nthawi yake m'Chipangano Chatsopano, chimodzimodzinso za atumwi nthawi yake. Ndipo Paulo sakuona vuto lililonse pomtenga Yuniya ngati mtumwi.

Si Paulo yekha akunena za Yuniya ngati mtumwi, mlaliki wina wotchuka dzina lake Chrysostomos[9], akunenaponso za Yuniya pa ulaliki wake "Ooo, mzimayiyu wadziperekadi kwathunthu kuti atchedwe mtumwi!" Ngakhale Chrysostomos anakhala mdziko lolamulidwa ndi amuna, nakhalanso ndi mpingo otsogoleredwa ndi amuna, sanalabadire Yuniya kukhala mtumwi.

Paulo avomereza aneneri achikazi

M'Chipangano Chatsopano, mulibe ndondomeko yeniyeni yosonyeza mmene mpingo ungatsogoleredwe. Ndondomekozi zimasiyana potengera malo komanso mabuku, koma nchachidziwikire kuti aneneri anali ofunika mumpingo. Mu ulaliki woyamba wa mtumwi Petro ku Yerusalemu timawerenga mu *Buku Loyera*:

> Mulungu akuti, "Pa masiku otsiriza ndidzaika Mzimu wanga mwa anthu onse, ndipo ana anu aamuna ndi ana anu aakazi *azidzalalika za Mulungu*. Anyamata anu adzaona zinthu m'masomphenya, ndipo nkhalamba zanu zidzalota maloto. Ndithu, pa masiku amenewo ndidzaika Mzimu wanga ngakhale mwa akapolo anga aamuna ndi aakazi, ndipo *azidzalalika za Mulungu.* (Ntchito 2:17-18)

Ngakhale kuti m'Buku Loyera sakutchulapo mawu oti kunenera, koma tikudziwa kuti mauwa alipo, onani *Buku Lopatulika* pamene tikuwerenga:

> Ndipo kudzali m'masiku otsiriza, anena Mulungu, ndidzathira cha Mzimu wanga pa thupi liri lonse. Ndipo ana anu aamuna, ndi aakazi *adzanenera.*(Machitidwe 2:17)

Ngakhale kuti pali kusiyana pakagwiritsidwe ntchito ka mawu oti *kunenera*, tikhoza kuvomereza kuti aneneri alipodi, ndipo ndi aamuna ndi aakazi.

Udindo umenewu wa uneneri ukupezekanso pa ulendo womaliza wa Paulo kupita ku Yerusalemu. Atafika pa Kesareya, mamishonale onse amene anali pa ulendo, anakaima ku nyumba ya mlaliki ndi mtumiki, dzina lake Filipo, amene anali ndi ana ake aakazi anayi, amene onse ananenera (Machitidwe 21:8-9).

---

[9] Chrysostomos Woyera anali wansembe ku Antiyoko mchaka cha 396-398 A.D. ndiponso episkopo wamkulu wa ku Constantinople (398-407). Anali mlaliki wotchuka komanso ndi wofotokozera Baibulo pa nthawi yake ndipo m'mipingo ya Katolika ndi Anglican akudziwika ngati 'doctor of the church'.

Mu Chipangano chonse Chatsopano mneneri wa chimuna anatchulidwa mmodzi yekha, dzina lake Agabu (Machitidwe 21:10). Paulo anakumana ndi Agabu atakumana kale ndi aneneri achikazi aja. Agabu ananenera za Paulo kuti, akapita ku Yerusalemu, adzamangidwa ndi kuperekedwa m'manja mwa akunja.

Paulo anakumana pa ulendo umodzi omwewo ndi aneneri a chikazi ndi achimuna. Mu Chigriki kwa onse liwu limene lagwiritsidwa ntchito ndi liwu limodzi, *kunenera* kapena *mneneri*. Buku Lopatulika lamasulira mauwa chimodzimodzi. Koma tadabwa kuti Buku Loyera likugwiritsa ntchito liwu la *kulalikira* kwa aneneri achikazi ndi liwu la *kunenera* kwa mneneri wa chimuna. Sitikudziwa chifukwa chake. Mu Baibulo la Chigriki timapeza aneneri achikazi, nanga tilekeranji kuwapeza mu Buku Loyera?

Zikusonyeza kuti Mzimu Woyera adzaperekedwa kwa aliyense, mkazi kaya mwamuna. Izinso ndi zimene mneneri Yowele anamvera, kuti akazi ndi amuna adzanenera. Mzimu Woyera sayang'anira zoti uyu ndi mwamuna kapena mkazi. Paulo nayenso sakusiyanitsa. Pa 1 Akorinto 11 akunena za aneneri achimuna ndi achikazi. Akupereka malamulo oyenera kutsatiridwa, poyamba kwa amuna (v.4), kenako kwa amayi (v.5). Koma onsewa ndi ololedwa kunenera ndi kupemphera poyera.

Kodi Paulo akuvomereza mkulu wa mpingo wachikazi?

Nzotheka kuti pa 1 Timoteo 3:11 Paulo akunena za madikoni a chikazi. Mkalata yomweyi akutchulapo za akulu a mpingo, koma sakutchulapo za akulu a mpingo achizimayi. Kodi Lidiya akadamtchula kuti chiyani? (Machitidwe 16) Mwina pa nthawi imeneyo nkuti mpingo unali utangokhazikitsidwa ku Filipi. Kotero kuti maudindo a mumpingo anali asanaperekedwe kwa anthu. Mwa ichi tinganene kuti anali asanasankhidwe kukhala mkulu wa mpingo. Koma akadakhala munthu wa mwamuna, tikhulupirira kuti owerenga a masiku ano akadamtengadi ngati mkulu wa mpingo wa Filipi. Analidi mtsogoleri.

Monga mmene tawerengera zimene Paulo akunena za amayi tikhoza kuona kuti Paulo akuvomereza amayi kutenga maudindo osiyanasiyana mu mpingo. Amayiwa sakungowavomereza chabe, komanso kuti anagwira nawo ntchito yofalitsa Uthenga Wabwino ku maiko ena.

3. Mbiri ya Mpingo

Amayi amene atchulidwa pamwambawa anagwiradi ntchito ya mishoni. Motero sitikudabwa kuti kunalinso amishonale ena otsatira. Patapita nthawi yaitali anafukula zimene ankachita amayiwa. Mu mbiri ya mpingo, amishonale pafupifupi onse anachokera mu zitsitsimutso. Ndipo mamishonale amene anafukula izi anachokera mu chitsitsimutso chomwe chinkatchedwa Chitsitsimutso cha Chiyero (*Holiness Revival*).

Kuti timvetse bwino za zimenezi, tiyenera kudziwa za mbiri ya mpingo ndi zomwe zitsitsimutsozi zinkachita. Zaka 500 zapitazo nthawi ina mpingo unalowa pansi, ndipo nthawi inanso unkatsitsimuka. Mzaka za mma 1500 mpingo wa ku Ulaya unali utalowa pansi koma Mulungu anautsitsimutsa mpingowu kupyolera mu chikonzedwe cha mpingo (*Reformation*), chimene chinatsogoleredwa ndi Martin Luther, John Calvin ndi anthu ena ambiri. Mpingo waKatolika unayambanso kusintha nukhala wokonzeka.[10]

Kenako kunadzabweranso chitsitsimutso cha *Puritanism* m'zaka za mma 1600. Ndipo patangopita nthawi pang'ono, mpingo unasinthanso naloweratu pansi. Mulungu anakonzanso mpingowu pobweretsa Chitsitsimutso Chachikulu, chomwe chinayambira ku Amerika mchaka cha 1734. Mtsogoleri wake kumeneko anali Jonathan Edwards ndipo ku Britain otsogolera otchuka anali John Wesley, Charles Wesley, George Whitefield ndi Selina Countess of Huntingdon.

Chitsitsimutso cha Chiyero

Patatha zaka pafupifupi 100, kunayambikanso chitsitsimutso china chomwe chinatchedwa Chitsitsimutso cha Chiyero.[11] Ndipovuta kutchula yemwe anayambitsa chitsitsimutsochi, koma oyambirira awiri amene anali otchuka anali Phoebe Palmer ndi mkulu wake Sarah Lankford (1835). Kenako mlaliki wotchuka anali Dwight L. Moody (1837-1899).[12]

---

[10] Kwa mbiri ya Chikonzedwe muwerenge, Steven Paas, *Chikonzedwe cha Mpingo*, Blantyre: CLAIM, 2001, (Buku la Mvunguti no. 6)

[11] Za Chistitsimutso cha Chiyero, muwerenge: Klaus Fiedler, *The Story of Faith Missions*, Oxford: Regnum pp. 112-117.

[12] Mbiri ya moyo wa Moody, muwerenge: John Pollock, *Moody without Sankey*, London: 1983.

Monga Chitsitsimutso Chachikulu, Chitsitsimutso cha Chiyero chinalimbikitsa za kutembenuka mtima kapena kubadwanso kwa tsopano, koma chinalimbikitsanso kukhala moyo wa chigonjetso. Mu Chitsitsimutso chonse cha Chiyero amayi anali ndi maudindo osiyanasiyana mu mpingo. Izi zikuoneka kuti pamene Mzimu Woyera abweretsa chitsitsimutso, kusiyana kumachepa. Kusiyanako ndi monga pakati pa olemera ndi osauka, anthu akuda ndi azungu, abusa ndi anthu wamba, chimodzimodzinso pakati pa akazi ndi amuna. Pa nthawi imeneyo pafupifupi abusa okha ndi amene amalalikira, koma chitabwera chitsitsimutso anthu wamba anayambanso kulalikira, ndipo Mulungu anawadalitsa, chifukwa anthu ambiri amatembenuka mtima. Kotero tikhoza kuona kuti kusiyana kumachepa mu zitsitsimutso. Izi zinaoneka poyera mu utumiki wa John Wesley (1707-1788).

Iye anali mtsogoleri wotchuka wa Chitsitsimutso Chachikulu chimene chinayamba ku America mchaka cha 1734. Wesley anali mbusa wa tchalitchi cha Anglican ndipo mzaka zoyambirira za chitsitsimutsochi analetsa amayi a gulu la Methodist kulankhula pa misonkhano. Koma chifukwa choti inali nthawi ya chitsitsimutso, amayi anachita bwino pochitira umboni kwa anthu ena, amuna ndi akazi, komanso ena analalikira bwino.

Wesley ataona izi, sanawaletsenso ndipo kenako anawathandiza. Pamapeto pake atafunsidwa, "muwalola bwanji amayi kulalikira?" Anayankha kuti "Ngati Mulungu awavomereza pobweretsa chipulumutso kwa anthu, ndine yani kuti ndingathe kuletsa Mulungu?".[13]

Tikafika pa Chitsitsimutso cha Chiyero tiona kuti amayi awiri, Sarah Lankford ndi Phoebe Palmer, anali atsogoleri, ankalalikira ndi kuphunzitsa mu mapemphero akunyumba. Amuna ambiri anabwera kudzamvera ulaliki, komanso ndi kugwirizana nawo amayiwa, makamaka Dr. Walter Palmer, mwamuna wa Phoebe. Panthawiyi akazi sanali kuloledwa kulalikira mu tchalichi.

Munthu woyambirira amene anafuna amayi kukhala ndi ufulu wolalikira paliponse anali Catherine Booth (1829-1896), amene anayambitsa gulu la Salvation Army m'chaka cha 1870 ku England. Salvation Army linali gulu limene linafuna kukawakopa anthu osauka ku matauni amene anali kukwera kumene. Anthu otere sankapita ku tchalitchi. A Salvation Army anafuna kuwakopa anthu kuti amtsatire Yesu kupyolera m'njira zatsopano, ngati maitanidwe atsopano, maunifomu ndi kuguba. Gululi silinafune kukumana mu matchalitchi chifukwa anthu osauka sanakonde kamangidwe ka matchalitchi awo, komanso matchalitchiwa anali kutali ndi kumene anakhala.

---

[13] Wesley Paul Chilcote, *John Wesley and the Women Preachers of Early Methodism*, Ann Arbor, UMI 1984.

Motero ankakumana mu maholo amene amapezeka kumalo kumene anthu osauka amakhala.

Kuchokera pachiyambi pomwe, Catherine anagwira ntchito pamodzi ndi mwamuna wake William Booth (1829 - 1912). William anali mlaliki wamkulu ngakhale asanayambe gulu la Salvation Army. Koma Catherine sanalalikirepo. Mchaka cha 1859 Phoebe Palmer ndi mwamuna wake Dr. Walter Palmer anapita ku England kukaphunzitsa za chiyero m'malo osiyanasiyana. Panthawiyo mbusa wa Anglican, Rev. Arthur Rees anali atalemba buku lake, kuyesa kumuletsa Phoebe kulalikira, chifukwa monga Baibulo linenera kuti amayi akhale chete m'tchalitchi. Catherine analipeza bukuli naliwerenga. Apo nkuti mwamuna wake ali kulalikira ku dera lina. Bukuli lidamupweteka mumtima kwambiri motero kuti akadakonda kupita ku New Castle kumene kunali Mbusa Arthur Rees ndi kukaphunzitsa kuti amayi ali ndi ufulu wolalikira. Koma anali otopa chifukwa anali ndi pakati pa mwana wake Emma Moss, mwana wake wa chinayi. Motero mmalo mopita kumaloko anayamba kulemba buku lomuyankha Mbusa Rees. Mwamuna wake atabwera anasangalala ataliwona bukuli nanena kuti apitirire kulemba ndikulongosola bwinobwino. Bukuli analisindikiza patangotsala pang'ono kuti mwana wawo abadwe, pa mwezi wa January mchaka cha 1860.[14]

Apanso atalemba bukuli nkuti iye mwini alibe maganizo oti akalalikire. Analembera bukuli amayi ena. Ndipo pamene mwamuna wake anamfusa kuti akatsogolere kamsonkhano ka mapemphero mu nyumba ina, Catherine anakana. Koma patangotha miyezi isanu, ku mapemphero ena a m'mawa Catherine anamva Mzimu Woyera akumukakamiza kuti achitire umboni, atamaliza kulalikira mwamuna wake. Atachitira umboni, William analengeza kuti Catherine adzalalikira pa msonkhano wamadzulo mtchalitchilo. Motero Catherine anakhala mlaliki wotchuka ndipo anthu ambiri anapulumutsidwa ndi ulaliki wake. Potero Catherine anadziwa kuti ankachita chimene Paulo anachivomereza.[15]

Catherine Booth anakhala mlaliki osati kuti akaphunzitse amayi za ufulu wawo wolalikira koma kuti akapulumutse miyoyo yotayika. Mwa amuna amene anali ndi maganizo ofanana ndi Catherine Booth anali Fredrik Franson (1852-1908).[16]

---

[14] Catherine Booth, *Female Ministry. Women's Right to Preach the Gospel*, London: Morgan and Chase, n.d.

[15] Catherine Bramwell-Booth, *Catherine Booth. The Story of her Loves*, London: Hodder and Stoughton, 1970, pp. 147-168.

[16] Edward Torjesen, *A Study of Fredrik Franson: The Development and Impact of his Ecclesiology, Missiology, and Worldwide Evangelism*, Ann Arbor: UMI, 1984.

Fredrik Franson anachoka ku Sweden ndikukakhala ku America pamodzi ndi makolo ake. Ali mnyamata anakumana ndi mlaliki wotchuka uja dzina lake Dwight Lyman Moody wa ku Chicago. Iyeyo anali mtsogoleri wa Chitsitsimutso cha Chiyero mzaka za mma 1870, ku America ndi ku Britain. Dwight Lyman Moody anapangitsa misonkhano ya chitsitsimutso yambiri ndipo pa msonkhano uliwonse kumabwera anthu ambirimbiri. Mwachitsanzo ku London analalikira kwa mwezi wathunthu ndipo tsiku ndi tsiku anthu ambirimbiri amabwera ku msonkhanoko. Pamisonkhano yotere Fredrik Franson anamthandiza Moody ku New York. Mchaka cha 1878 Franson analowa tchalitchi chimene Moody anayambitsa chotchedwa Chicago Avenue Church. Mpingo umenewu unamtuma Franson kukakhala mlaliki amene ankayendayenda ndi kulalikira ndipo anamupatsa kalata. Motero kwa zaka zitatu anali ndi misonkhano ya ulaliki yambirimbiri mmalo osiyanasiyana ku America. Anatsimikiza kuti Yesu ali pafupi kubwera motero kwa iye kupulumutsa miyoyo ndicho chinali chinthu chopambana. Chifukwa cha chikhulupiriro chake cha kubwera kwa Yesu, anathandiza ena kuganizira za chikhulupirirochi. Utumiki wakewu unachitika makamaka kwa anthu amene anasamukira ku Amerika kuchokera ku Sweden, Denmark, Norway ndi Finland. Ali kumeneko, anamva maitanidwe oti apite kwawo ku Sweden ndi kumayiko ena, kukalalikira uthenga wa chipulumutso ndi kubweranso kwa Yesu.

Atafika ku Sweden anayamba kulalikira pakati pa anthu a chitsitsimutso, ndipo paliponse pamene analalikira, chitsitsimutso chinakula. Patapita chaka chimodzi, anatumizidwa ku England, ku msonkhano waukulu wa Sande Sukulu. Kumeneko anakumana ndi atsogoleri ambiri a chitsitsimutso. Tsiku lina anapita ku msonkhano kumene ena analalikira za ntchito za a mishoni a kumaiko a kutali. Pamenepo Franson anati sakufuna kulalikira za chipulumutso ndi kubweranso kwa Yesu kokha ayi, komanso za umishonale ku maiko a kutali. Atabwerera ku Sweden anthu a chitsitimutso cha ku Malmö anamuitana kuti akawalangize. Kwa milungu iwiri panali mlaliki wa chikazi dzina lake Nellie Hall - wochokera ku Göteborg, mzinda wina wa ku Sweden. Anali mphunzitsi wa chinenero cha chingerezi, koma amamva kuti Mulungu anali kumuitana kuti akatumikire. Motero anapita ku England kwa miyezi itatu kukaonerera ntchito ya Salvation Army. Kumeneko anakumana ndi Catherine Booth ndi mwana wake Mrs Booth Clibborn. Ndiponso anakayendera mayi wina Mrs Elizabeth Baxter yemwe anali mkazi wa mbusa wampingo wa Anglican, mkulu wa Beth-Shean, malo amene anali wopempherera anthu odwala ndi kuphunzitsira achinyamata za ntchito ya mishoni, ndiponso woyang'anira mishoni imodzi ya ku India.[17] Pobwerera ku Sweden Nellie Hall anayambitsa misonkhano ya chitsitsimutso kwawo ku Göteborg ndi malo ena. Kumeneko anthu ambiri anatembenuka mtima chifukwa cha kulalikira kwake. Anatsimikizika kuti Yesu anamuitanadi kukatumikira chifukwa Yesu sanauze mayi wina aliyense kuti akumbire pansi ndalama zimene adalandira kwa Ambuye wake (Mateyu 25:12-30).

Tsopano Franson amene sanalolepo mzimayi kulalikira anafunsidwa kunenapo maganizo ake. Anaganizira za anthu amene anapulumutsidwa napereka yankho lotere:

> Abale dzinthu ndi zambiri, koma antchito ngochepa. Ngati amayi afuna kuthandiza kukatuta dzinthuzo, amange mitolo m'mene angathere. Nkwabwino kuti amayi amange mitoloyo koposa kuyisiya mitolo iwonongeke. Ndinali kumunda nthawi yayitali ndipo ndamva kuitana kwa anthu kusowa chithandizo kuchokera ku malo osiyanasiyana. Sindinathe kupita kumalo onsewa kenako ndinaganiza kuti sibwino kuti mavesi awiri okha m'Baibulo amenenso ali ovuta kumasulira aletse anthu omwe akanatha kuvomera ndikukathandiza anthuwo.[18]

Atabwera ku Malmö anali akadali ndi chikayiko, koma ataona anthu amene anapulumutsidwa ndi amayi, kukayika kwake kunatheratu.

Franson anazindikira kuti ntchito yotuta inali yaikulu ndipo antchito anali ochepa, anaganiza zophunzitsa alaliki olalikira paliponse. M'malo osiyanasiyana anali ndi maphunziro otere. Amaitana akazi kapena amuna kuti akhale pa maphunziro kwa milungu yochepa. Iye anawaphunzitsa za kulalikira paliponse. Kenaka amawatumiza kukalalikira kuti akapulumutse anthu. Anthu ambiri anapita kukalalikira ndipo paliponse pamene alalikira, anthu amene apulumutsidwa amayamba migwirizano (*fellowships*). Migwirizano imeneyi kutsogolo inasanduka mipingo. Ndipo anthu ambiri amakumbukira kuti matchalitchi anayambika ndi amayi awiri amene analalikira. Franson anatumiza anthu pafupifupi 300 ndipo ambiri mwa iwo anali amayi. Ambiri mwa iwowa anali alaliki. Iye mwini anawayenderanso anthu amene anawatumizawa makamaka ku Japan, China, India ndi ku Swaziland.

---

[17] Nathaniel Wiseman, *Elizabeth Baxter*, London, 1928.
[18] Edward Turjesen, *A Study of Fredrik Franson: The Development and Impact of his Ecclesiology, Missiology, and Worldwide Evangelism*, Ann Arbor: University Microfilms International, 1984, p. 304.

Ali ku China anakayenderanso dera la Kwangsin kumene anakapeza kuti amishonale onse a China Inland Mission anali amayi. Komanso anapeza kuti amayiwo anachita bwino kwambiri. Mkalata yochokera ku China, Fredrik Franson analemba chonchi:

> Nthawi zina ndimamva anthu akufunsa funso: zimatheka bwanji alongo athu osakwatiwa kugwira ntchito? Yankho ndi loti "bwino kwambiri". Amagwira ntchito pa mishoni pawo monga mmene amishonale ena onse amagwirira. Makamaka akakhala ndi mlaliki wokwatira wa chiChinese wolalikira kunja kwa mishoni. Motere akhoza kufikira aliyense, mwamuna ndi mkazi popanda mavuto …. C.I.M. [China Inland Mission] ili ndi masiteshoni ambiri amene anatsogoleredwa ndi amayi. Ubwino wina ndi woti abusa a chiChinese amakula msanga mu utumuki wawo.[19]

Pa moyo wake wonse Franson anaphunzira kuti amayi akhoza kugwira ntchito ya Ambuye. *Ngati amayi angathe kututa atute.*

Mchaka cha 1890, Franson anagwira ntchito yolalikira madera osiyanasiyana ku Germany. Mgulu limene linamuthandiza kulalikira munali amayi. Koma mbusa mmodzi dzina lake Neviand wa ku Wuppertal anatsutsa kuti amayi sayenera kulalikira. Pomuyankha, Franson analemba kabuku kotchedwa *Ana Aakazi Onenera*. Kabukuka kakuti, kulalikira kwa amayi ndi zimene mneneri Yoweli ananenera ndipo zinakwaniritsidwa pa tsiku la Pentekosite, monga akunenera Petro (Machitidwe 2:14-21, Yoweli 2:28-32).

Cholinga chake chenicheni cha Franson chinali choti anthu apulumuke ku machimo awo. Mwa ichi iye anakhala mlaliki woyenda mmalo osiyanasiyana komanso pa chifukwa chomwechi anawalimbikitsa amayi kukhala alaliki. Anadziwa kuti munthu mmodzi akatembenuka mtima kudzakhala chimwemwe kumwamba (Luka 15:7), ndipo anatsimikizika kuti kudzakhala chimwemwe chochuluka akatembenuka mtima anthu awiri, ngakhale kuti ochimwa awiriwo analapa atathandizidwa ndi mzimayi.

Munthu winanso amene anakambapo za amayi anali Titus Roberts. Kwa Atsogoleri ena a Chitsitsimutso cha Chiyero, panalibe vuto kwenikweni lokhudza kudzoza amayi ubusa chifukwa mmagulu awo a *fellowship* munalibe ubatizo ndi mgonero. Koma Titus Roberts sakanatha kuzemba ubatizo ndi mgonero chifukwa anali Bishopu woyamba wa mpingo wa Free Methodist Church. Chiyambire mpingo wa Free Methodist amayi anali ofunikira kwambiri. Koma mchaka cha 1890, funso linabwerapo ndi la kudzoza amayi. Abishopu anafuna kuti amayiwa adzozedwe koma anthu ena

---

[19] Edward Torjesen, *A Study of Fredrik Franson*, p. 739.

sanafune. Pofuna kuthandiza pa zokambirana, Titus Roberts analemba buku "Kudzoza amayi."[20] Mbukuli analembamo kuti: Chikhristu chasintha kwambiri za chikhalidwe cha amayi. Koma ngakhale ku maiko otukuka, Chikhristu sichinathe kukwaniritsa kufanana kwenikweni kumene Uthenga Wabwino umalalikira. Ulamuliro umene Mulungu anapereka kwa munthu pachiyambi unali ulamuliro kwa mwamuna ndi mkazi osati kwa mwamuna yekha. Pamene Mulungu analenga munthu, mkazi anali munthu chimodzimodzi ngati munthu wa mwamuna. Mkaziyu anali ndi mphamvu ndi ufulu wonse monga mwamuna. M'Chipangano Chatsopano, akazi kaya amuna amatenga maudindo ofanana monga a mtumwi, mneneri, mtumiki kapena mlaliki ndi mbusa. Pamene udindowu utengedwa ndi mkazi kapena mwamuna sipaonekanso kusiyana.

Bishopu akutinso ngati akazi agwiritsa ntchito mawu awo pomutamanda Mulungu ndi kunenera za choonadi chake mmatchalitchi mwathu, ndipo limenero likhala tchimo, muwaletseretu kuchita zimenezo. Koma ngati akuchita chinthu chabwino, chotsani zowalepheretsa zonse ndikuwapatsa ufulu wonse wa Uthenga Wabwino. Kuletsana mmaudindo mtchalitchi potengera mtundu kwathetsedwa. Inonso ndi nthawi yoti kuletsana mmaudindoku potengera mwamuna kaya mkazi kuthetsedwe. Amuna ayike chidwi chawo chonse pomanga nyumba ya Mulungu mmalo momakantha alongo awo kuchokera pa sanja yomangira nyumbayo amene akhoza ndipo akufuna kumanga nawo.

Ngakhale panthawiyi Titus Roberts anali bishopo, komabe msonkhano waukulu wa mpingowu sunavomereze kuti amayi adzodzedwe. Koma patapita zaka 21 msonkhano waukuluwu unavomereza kuti amayi adzodzedwe.

Anthu onsewa atchulidwa anali ndi mtima wokafikira anthu ena paliponse. Anthuwatu sanali Paulo, koma Paulo anali nawo mtima monga wa anthu amenewa. Paulo anafuna kukafikira anthu amene sanafikiridwe ndi Uthenga Wabwino ngakhale kumalekezero a dziko, ku Spain. Potero iyenso Paulo anagwira ntchito pakati pa akazi ndi amuna.

Anthu amene atchulidwawa ndi ena mwa anthu amene anamasulira Chipangano Chatsopano, anayesa kutsatira mbiri ya mpingo kuchokera pachiyambi ndipo anapeza kuti amayi anali ndi gawo lofunika mumpingo wa m'Chipangano Chatsopanochi. Anaonanso kuti panali amayi ena m'Chipangano chakale amene anali ndi udindo mumpingo, monga Miriamu mlongo wake wa Mose amene anali mneneri ndiponso Hulida mkazi wa Salumu analinso mneneri panthawi ya mfumu Yosiya. Chimodzimodzinso Debora,

---

[20] Benjamin Titus Roberts, *Ordaining Women*, Rochester Earnest Christian Publishing House, 1891. Bukuli linasindikizidwanso ku Indianapolis: Light and Life Press, 1997.

mneneri, mkazi wa Lapidoti yemwenso anali woweruza wa a Israeli kwa zaka zambiri. Komanso anapeza kuti mapazi a iwo amene anadza ndi uthenga wabwino ku mapiri anali aakazi, (Isaiah 52:7) ndiponso kuti mbiri ya chipulumutso m'Chipangano Chakale inathera ndi mneneri wina wamkazi dzina lake Anna. Iyeyu anakhala ku nyumba ya Yehova usiku ndi usana kupemphera ndi kulankhula ndi anthu onse akuyembekezera chiombolo cha Yerusalemu.

4. Malangizo a Paulo kwa amayi

Atapeza zonsezi, atsogoleri a Chitsitsimutso cha Chiyerowa anamaliza ndi kuti amayi alalikire Uthenga Wabwino, wokwatiwa kapena wosakwatiwa. Athanso kukhala mwa iwo okha amishonale. Ndi chikondi chawo pa Baibulo anayenera kupeza mayankho ku mavesi a Paulo amene awoneka ngati akuletsa ufulu wa amayi mtchalitchi: Akhale chete mtchalitchi (1 Akorinto 14:34) komanso asaphunzitse (1 Timoteo 2:12)

Maganizo awo mu Chitsitsimutso cha Chiyero Fredrik Franson akupereka yankho mmene tingawatengere mavesi awiriwa: Nchachidziwikire kuti amayi analalikira ndikukhala ndi maudindo osiyanasiyana m'Chipangano Chatsopano. Motero mavesi awiriwa ayenera kukhala ndi tanthauzo lina. Sitingathe kudziwa bwino tanthauzo lake lenileni la mavesiwa koma tikhoza kudziwa kuti mavesiwa sangatsutsane ndi zimene zidalembedwa mu buku la Machitidwe a Atumwi ndi makalata a Paulo.

Mu Chitsitsimutso cha Chiyero, anthu ambiri anatsatira maganizo a Fredrik Franson koma ena anaganiza motere: Mzimu Woyera ndi mmishonale. Kodi sicholinga cha Mulungu kuti anthu ambiri apulumutsidwe? Ngati Chipangano Chatsopano chikuonetsa poyera kuti Mulungu anagwiritsa ntchito amayi kuwapulumutsa anthu, tanthauzo la mavesi awiriwa silingakhale lotsutsana ndi chimenechi.

Izi zonse zikubwereranso ku zimene John Wesley ananena pamene anayankha: "Ngati Mulungu awavomereza pobweretsa chipulumutso kwa anthu, ndine yani kuti ndingathe kuletsa Mulungu?" Apa Wesley akugwiritsa ntchito mawu amene Petro anagwiritsa ntchito ku Yerusalemu pamene anthu a ku Yerusalemuko amamufunsa, chifukwa chimene analorera anthu amitundu abatizidwe wopanda kuwaumbala poyamba. Pamenepo anayankha:

> Tsono ngati Mulungu adawapatsa iwowo mphatso yomweyo imene adapatsa ifeyo pamene tidakhulupilira Ambuye Yesu Khristu, nanga ine ndine yani kuti ndikadatha kumletsa Mulungu? (Machitidwe 11:17)

Amaro, mkulu wa mpingo mu Evangelical Church cha ku Guinea Bissao akusonyezanso maganizo otere. Atafunsidwa za kulalikira kwa amayi, anayankha kuti "mwina potengera Baibulo sibwino". Atatero anapitilira ndi kuti, "pakadapanda mayi kundilalikira sindikadapulumutsidwa". Apa tikhoza kunena kuti nkwabwino kupulumutsidwa ndi kulalikira kwa mzimayi kuposa kutayika chifukwa choti *mwamuna* sanalalikire.

Izi zonse zikusonyeza kuti pafunika kuwerenga Baibulo lonse tisadapange maganizo athu, kungosankha mavesi ochepa okha kenako ndi kupanga maganizo athu sikokwanira.

Agalatiya 3:28

Ngati wina aganizira zonse za amayi m'Chipangano Chatsopano, Agalatiya 3:28 ndi vesi linanso lofunika.

> Motero palibe kusiyana pakati pa Ayuda ndi anthu a mitundu ina, pakati pa akapolo ndi mfulu, kapenanso pakati pa amuna ndi akazi, pakuti nonsenu ndinu amodzi mwa Khristu Yesu.

Awa ndi mawu amene akusonyeza maziko enieni a chiphunzitso cha Paulo chokhudza akazi ndi amuna. Motero mawuwa ayenera kukhala ofunika ku mpingo. Kumasulira kwenikweni kwa mawuwa kwagona pa kapolo ndi mfulu. M'makalata ake, Paulo akuvomereza za ukapolo ngakhale sakusonyeza kuti ndi chinthu chabwino. Pa mtsutso umene udabuka mzaka za mma 1700 wofuna kupeza ngati kunali koyenera Mkhristu kukhala ndi kapolo, mbali zonse ziwiri zinagwiritsa ntchito mawu a Paulo. Amene anavomereza za ukapolo amatengera za Onesimo amene anatumizidwanso kwa mbuye wake Filemoni. Otsutsawo amatengera za mawu a pa Agalatiya 3:28 pamene Paulo akuti palibe kusiyana pakati pa akapolo ndi mfulu. Masiku ano palibe munthu angavomereze kuti ukapolo unali wabwino ndipo uyenera kupitirira. Nchifukwa chake Paulo akuti palibe kusiyana pakati pa kapolo ndi mfulu.

Chimodzimodzinso akazi ndi amuna, Paulo anati palibe kusiyana. Nanga ife tiganiziranji mwina?

Apa taona mawu a Paulo onena za kufanana pakati pa akazi ndi amuna. Koma ndi koyenera kuonanso bwinobwino mawu a Paulo amene akuoneka ngati akutsutsana ndi mawu awa. Monga tawerenga kale kuti Paulo akuvomereza maundindo a amayi mumpingo, ndiye kuti m'Baibulo ayenera kukhala ndi tanthauzo lina, osati kutsutsana ndi zimene Paulo anachita masiku onse.

Pali kufotokozera kosiyanasiyana pa mavesi amenewa, ndipo buku lino lidzaonetsa kufotokozera kungapo.

Akazi akhale chete mumpingo?

Anthu ambiri amumvetsa Paulo kuchokera mu kalata yake kwa Akorinto, kuti akufuna amayi akhale chete mumpingo (1 Akorinto 14:34). Ndipo mimpingo yambiri imagwiritsa ntchito vesi limeneli kuti amayi asakhale atsogoleri kapena asalalikire ndi kutenga nawo mbali mzinthu zina zambiri. Kodi ndi zimene Paulo akutanthauza? Iyayi, chifukwa Paulo yemweyo pa 1 Akorinto 11:5 akulola akazi kupemphera ndi kunenera. Kodi kumeneku ndikukhala chete? Apa tikhoza kuona kuti mawu oti "chete" akhoza kukhala ndi matanthauzo osiyanasiyana. Ndipo mwa matanthauzowa, limodzi mwa ilo ndi loti akazi asacheze ndi kupanga phokoso mtchalitchi. Anthu ena akhoza kunena kuti ichi ndichosatheka, koma tiyenera kudziwa kuti panthawi imeneyo mumasunagoge a Chiyuda, akazi amakhala malo osiyana ndi amuna ndipo ichi chimapangitsa akaziwo kuti azicheza ndi kumachita phokoso.

Tiyeni tiwone mawu a pa 1 Akorinto 14:36:

> Kodi mawu a Mulungu anaturuka kwa inu? Kapena anafika kwa inu nokha?

Pamene Paulo akuti inu, akusonyeza amuna kapena Akorinto. Paulo akufunsa mafunsowa osati kuti amunawo kapena Akorinto ayankhe koma kuti azindikire kuti mawu a Mulungu adafikiranso akazi ndi mipingo ina. Mwa ichi Paulo sakuletsa amayi kulankhula ndi kutenga mbali mtchalitchi. Izi zikugwirizana bwino lomwe ndi zimene zakambidwa koyambirira kwa buku lino, kuti Paulo anawapatsa amayiwo maudindo ndi kugwira nawo ntchito.

Mkazi azivala kanthu kumutu?

Omasulira Baibulo mzinenero zosiyanasiyana amaganizira kuti ichi ndi chimene Pauolo anafuna amayi a ku Korinto achite mtchalitchi: kuvala duku kumutu. Koma nkutheka kuti mwina Paulo anawaphunzitsa zinthu zina.

Poyamba tione vesili mu Buku Loyera (1 Akorinto 11:10).

> Tsono, chifukwa cha angelo, mkazia zivala *kanthu* kumutu.

Buku Lopatulika likumasulira vesiyi mosiyana:

> Chifukwa cha ichi mkazi ayenera kukhala nao *ulamuliro* pa mutu pake.

Vuto limene lilipo ndi kumasulira mawu kuchokera ku Chigriki. Mwa chitsanzo mu Chigriki muli liwu loti *exousia*, limene lamasulilidwa ngati *ulamuliro* m'Buku Lopatulika ndipo ngati *kanthu* m'Buku Loyera.

Liwuli likupezeka kambirimbiri mu Chipangano Chatsopano, kokwanira 101, ndipo paliponse pamene likupezeka likutanthauza kukhala ndi ulamuliro kapena mphamvu pa chinthu china kapena anthu. Mu Uthenga

Wabwino wa Mateyu, Marko ndi Luka, timawerenga kuti Yesu anaphunzitsa ndi mphamvu (Marko 1:22), Yesu anali ndi mphamvu zokhululukira tchimo (Marko 2:10). Anaperekanso mphamvu kwa ophunzira ake zochizira odwala ndi kutulutsa ziwanda (Marko 3:15). Asanachokenso pa dziko lino anauza ophunzira ake kuti iye anapatsidwa mphamvu zonse (Mateyu 28:18).

Mu Chipangano Chatsopano liwulinso limagwiritsidwa ntchito pa ulamuliro wa boma (Aroma 13:1-4) komanso kwa maulamuliro m'zakumwamba (Aefeso 3:10). Paulo akugwiritsa ntchitonso liwuli kutanthauza ufulu wochita chinthu (1 Akorinto 9:4).

Tikhoza kuona kuti mmavesi onsewo liwu limeneli latanthauziridwa kukhala ndi ulamuliro pa china chake osati kukhala ndi chizindikiro cha ulamuliro. Ndiye ngati liwuli litanthauza kukhala ndi ulamuliro, chifukwa chiyani pa vesi limodzi lokha lomwe likutchulapo mzimayi, liwuli litanthauze chizindikiro cha ulamuliro? Komanso nchifukwa chiyani m'Buku Loyera litanthauza kuvala kanthu ku mutu"? Choonadi nchakuti ndi chinthu chosavuta kumasulira vesi limeneli. Paulo akuphunzitsa: "Motero mkazi ayenera kukhala ndi ulamuliro pa mutu wake."

Chifukwa cha ichi mkazi akhoza kuvala duku kapena ayi, kumanga tsitsi kapena kumeta, kuika mankhwala kapena kumanga madiredzi kapenanso kungolisiya. Ali ndi ulamuliro pa mutu wake. Kumasulira kotere kukugwirizana bwino lomwe ndi zimene tikudziwa kuti Paulo ankachita: anayamikira utumiki wa Uthenga Wabwino wa amayi.

Ngati Paulo akuti mkazi ali ndi ulamuliro pa mutu wake, timvetsa bwanji 1 Akorinto 11:5:

> Koma mkazi yense wakupemphera, kapena kunenera, wobvula mutu, anyoza mutu wake; pakuti kuli chimodzimodzi kumetedwa.

Pachimenechi tikhoza kuyankha kuti Paulo anatengera mawuwa kuchokera kwa Akorinto mwina m'makalata awo kapena m'maganaizo ndi zotsutsana zawo. Ichi nchinthu chotheka chifukwa Chipangano Chatsopano chonse, mu Chigriki chinalembedwa wopanda zizindikiro zopumira. Mwa ichi tikhoza kunena kuti maganizowa si a Paulo ayi koma a anthu ena ku Korinto.

Pa vesi 11 ndi 12, Paulo akuti mkazi ndi mwamuna ndi ofanana. Pa vesi 13, 14 ndi 15 pali mafunso m'maBaibulo ambiri koma mu Chigriki mulibe mawu ndi zizindikiro zofunsira. Motero tikhoza kunena kuti awa ndi mawu ongofotokoza: "Chibadwa chathu chomwe sichitiphunzitsa kuti nchamanyazi kwa mwamuna kukhala ndi tsitsi lalitali koma kuti kwa mkazi nchaulemu!" Izi zikugwirizana bwino ndi zimene Paulo akunena pa vesi 10.

Akazi asaphunzitse ndi kulamulira amuna?

Anthu ena amalimvetsa vesi la 1 Timoteo 2:12 kuti akazi asaphunzitse ndi kukhala ndi ulamuliro pa amuna. Kuphunzitsako kukhoza kukhalanso kulalikira chifukwa mukalalikira mumaphunzitsanso anthu. Ndipo kulamulira amuna kukhoza kutanthauza kukhala mkulu wa mpingo kapena dikoni. Ngati akazi sangakhale madikoni kapena akulu a mpingo, chifukwa chiyani Paulo anavomereza Febe ngati dikoni wa ku Kenkreya ndipo ngakhale kuti Lidiya samatchulidwa mkulu wa mpingo, kodi sanachite zomwe mkulu wa mpingo akadayenera kuchita? Mwa ichi tikuganiza kuti tiyenera kupeza tanthauzo lina.

Mu Chigriki muli mawu oti *authentein* amene akupezeka kamodzi kokha m'Chipangano chonse Chatsopano. Liwu limeneli likuoneka ngati likufanana ndi mawu oti ulamuliro (*authority*) koma chifukwa choti akupezeka kamodzi kokha m'Baibulo sitingatsimikize kwenikweni. Ngakhale kuti liwuli likupezeka kamodzi kokha m'Chipangano Chatsopano, pali mabuku ena a Chigriki amene amagwiritsa ntchito liwuli. Ndipo tanthauzo lake m'mabuku amenewo akutanthauzira liwuli kuti "kuchita dama". Apa ndiye kuti Paulo sakuwaletsa kuphunzitsa koma akuletsa kuphunzitsa ndi kuchita dama. Izi zikuoneka ngati zachilendo kwambiri kuti, angaphunzitse bwanji kuchita dama? Inde tikhoza kudabwa, koma tikawerenga buku la Chivumbulutso tizipeza osati mumpingo umodzi wokha koma mmipingo itatu; mwachitsanzo Yesu akuvomereza kuti mpingo wa ku Tiatira ukuchita bwino. "Ndikudziwa chikondi chanu, kukhulupirika kwanu, kutumikira kwanu ndi kupirira kwanu kosatepatepa. Ndikudziwa kuti ntchito zanu zatsopano nzabwino koposa zoyamba zija" (Chivumbulutso 2:19. Buku Loyera).

Koma Yesu yemweyo akudzudzula kuti mpingowu ukuvomereza Yezebele kuphunzitsa ndi kusokeretsa Akhristu kuti achite chigololo (Chivumbulutso 2:20).

Taona kuti Yesu sakudana ndi Yezebele kuti aphunzitse koma akudana ndi zimene akuphunzitsa. Izi zikusonyeza kuti amayi akhoza kuphunzitsa. Ndipo ndi zimene Paulo akulimbikitsa pakati pa amayi kuti azilalikira ndi kuphunzitsa monga Prisilla ndi ogwira naye ntchito pa Aroma 16.

5. Tifotokozere bwanji Baibulo?

Mkatikati mwa bukuli tafotokoza za atsogoleri ena a chitsitsimutso ndi zimene iwo ananena zokhudza kutumikira kwa amayi mumpingo. John Wesley, Catherine Booth, Fredrik Franson ndi atsogoleri ena a zitsitsimutso sanadziwe zimene talongosola pa mavesi awiriwa ovuta. Atsogoleriwa anapanga mfundo zomwe zinawathandiza kuvomereza amayi kulalikira ndi kutumikira mu mpingo: (1) Anatenga zimene zinachitika mumpingo wa m'Chipangano Chatsopano. Ngati amayi analalikira pa nthawi ya Paulo, chifukwa chiyani asalalikire tsopano? (2) Anatsimikiza za ntchito za Mzimu Woyera potembenuza anthu ochimwa. Ngati wochimwa atembenuka mtima chifukwa cha ulaliki wa amayi pameneponso angelo adzasangalala kumwamba. (3) Anazisiya zinthu zina zomwe sadazimvetse bwino mpaka matanthauzo ake atapezeka. Mwina taperekapo matanthauzo ena.

Titi bwanji?

"Pakadapanda mayi kundilalikira sindikadapulumutsidwa". Awa ndi mawu amene Amaro ananena povomereza utumiki wa amayi.[21] Apa tikhoza kuona kuti amayi chimodzimodzi amuna ndi ofunika pa mpingo kufalitsa Uthenga Wabwino, ndipo ichi ndi chimene Paulo akulimbikitsa. Komanso taona kuti Paulo akuvomereza ndi kupereka maudindo osiyanasiyana mumpingo kwa amayi. Sanawaletse konse kutenga nawo mbali pa ntchito iliyonse mumpingo. Mwa ichi tikukhulupirira kuti akadakhala masiku ano Paulo sakadawaletsanso amayi kutenga udindo uliwonse mumpingo ngakhale kuwadzoza amayi ndikuwapatsa udindo woyang'anira mpingo.

Mabuku ena a Mvunguti:

Janet Y. Kholowa ndi Klaus Fiedler, *Pachiyambi Anawalenga Chimodzimodzi*

David Mphande, *Nthanthi za Chitonga za Kusambizgiya ndi Kutauliya*

Janet Y. Kholowa ndi Klaus Fiedler, *The Beginning God Created them Equal*

Patrick Makondesa, *Moyo ndi Utumiki wa Mbusa ndi Mayi Muocha a Providence Industrial Mission.*

---

[21] Muone tsamba la 23.

Mutha kukondanso mabuku awa

Bonet Kamwela, *Married and no Sex Anymore. Mbulu as a Pastoral Problem in Mzimba in Northern Malawi*, Mzuzu: Luviri Press, 2019

Bonet Kamwela, *Wererani Kwa Chiuta Winu*, Mzuzu: Luviri Press, 2020

Cecilia Mzumara, *Fostering Girl Child Education in Malawi. A Study of Marymount Girls Secondary School and the Missionary Sisters of the Immaculate Conception (MIC) in Malawi* Mzuzu: Luviri Press, 2019

Molly Longwe, *African Feminist Theology and Baptist Pastors' Wives*, Mzuzu: Luviri Press, 2019

Molly Longwe, *Growing Up. A Chewa Girls' Initiation*, Zomba: Kachere, 2006

Moses Mlenga, *Polygamy in Northern Malawi. A Christian Reassessment*, Mzuzu: Mzuni Press, 2016

Rachel NyaGondwe Banda [Fiedler], *Women of Bible and Culture. Baptist Convention Women in Southern Malawi*, Zomba: Kachere, 2006

Rachel NyaGondwe Fiedler, *Coming of Age. A Christianized Initiation among Women in Southern Malawi*, Zomba: Kachere, 2005

Rachel NyaGondwe Fiedler, Johannes Hofmeyr and Klaus Fiedler, *African Feminist Hermeneutics. An Evangelical Reflection*, Mzuzu: Mzuni Press, 2016

Rachel NyaGondwe Fiedler, *The History of the Circle of Concerned African Women Theologians, 1989-2007*, Mzuzu: Mzuni Press, 2016.

Rosemary Argente, *Blantyre and Yawo Women,* Mzuzu: Mzuni Press, 2018

www.ingramcontent.com/pod-product-compliance
Lightning Source LLC
Chambersburg PA
CBHW052231230426
43666CB00035B/2656